Sitegedde

Obwannannyini Possessives
...'NGE - ...'FFE

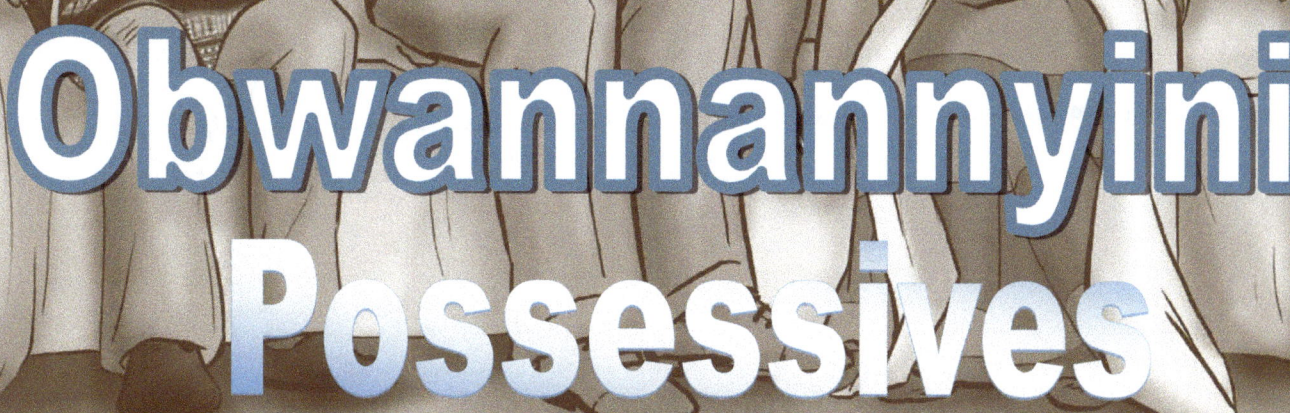

Possessives - Obwannannyini

Sitegedde Foundation
Exercise Book

COPYRIGHT

Sitegedde Foundation

Contributors:

Rachel Nabudde

Lawrence Muyimba

Copyright © 2023
All rights reserved.

This book or any portion thereof may not be reproduced or used in any manner whatsoever without the express written permission of the publisher except for the use of brief quotations in a book review or scholarly journal.

First Edition

ISBN 978-1-8383192-4-3

Image credits:

www.fotosearch.co.uk
www.maxpixel.freegreatpicture.com
Paint 3D

Sitegedde Foundation, was established as a further development project to the *Sitegedde Luganda/English* Phrase Book that was first published by East London Bbendobendo, Buganda UK in 2018.

We treat Luganda as a major language of instruction among Ugandans and their friends in, and outside of Uganda. Our approach therefore, when teaching Luganda goes beyond the words but also their meaning within social, political and economic context

One of Sitegedde Foundation's obiectives is to to inspire wellbeing lifestyles in particular through cultural education and work-life balance.

Through this objective the Foundation set up a Virtual Luganda Academy and therefore welcomes all who wish to to learn and practice the Luganda, language, culture and traditions of the Ganda nation worldwide.

OLULIMI LUGAZIYA ENSALO

www.sitegedde.com

elondon@bugandauk.com

Ekitiibwa kya Buganda

Composed by Reverend Polycorp Kakooza 1939

Twesiimye nnyo, twesiimye nnyo
Olwa Buganda yaffe
Ekitiibwa kya Buganda kyava dda
Naffe tukikuumenga

Verse 1
Okuva edda n'edda eryo lyonna
Lino eggwanga Buganda
Nti lyamanyibwa nnyo eggwanga lyaffe
Okwetoloola ensi yonna

Verse 2
Abazira ennyo abatusooka
Baalwana nnyo mu ntalo
Ne balyagala nnyo eggwanga lyaffe
Naffe tulyagalenga

Verse 3
Ffe abaana ba leero ka tulwane
Okukuza Buganda
Nga tujjukira nnyo bajjajja baffe
Baafirira ensi yaffe

Verse 4
Nze naayimba ntya ne sitenda
Ssaabasajja Kabaka
Asaanira afuge Obuganda bwonna
Naffe nga tumwesiga

Verse 5
Katonda omulungi ow'ekisa
Otubeere Mukama
Otubundugguleko emikisa gyo era
Bbaffe omukuumenga

EBIRIMU - CONTENTS

Ennyanjula - Introduction	7
I and my single noun	8
This single noun	9
That single noun:	10
Single noun possessives: Gwange, Kange, Kwange, Kyange, Lwange, Lyange, Yange, Wange	11
Practice - I and my single noun possessives	20
Ebingi - I and my plural nouns	21
These plural nouns	22
Those plural nouns	23
Plural noun possessives: Gyange, Bwange, Gange, Byange, Zange, Gange, Zange, Bange	24
Practice - I and my plural nouns possessives	32
Us and our single noun: Gwaffe, Kaffe, Kwaffe, Kyaffe, Lwaffe, Lyaffe, Yaffe, Waffe	33
Us and our plural nous: Gyaffe, Bwaffe, Gyaffe, Byaffe, Zaffe, Gaffe, Zaffe, Baffe	34
Practice - Practice us and our single and plural noun possesives	35
My single body parts possessives	36
My plural pody parts possessives	37
Possessives reference table	38
Sizes reference table	39
Nouns and numbers reference table	39

ENNYANJULA

Mu nsi muno nsobola okufuna obwannannyini obw'ekintu, ekifo, ekirowoozo oba omuntu. Nze nga nannyini kintu nvunaanyizibwa ku nkozesa n'enkuuma yaakyo. Anti baalugera nti; *nnyini kiggwa: yakiweebuula; nnnyini kitiko: akkuta kibisi; Nnannyini mmere ayomba: nga ne nnannyini mbuzi ayomba; Nnannyinimu bw'atabaawo: ebikere bitemba enju; Nnannyini mufu: y'akwata awawunya.*

Mu ngeri eyo, okufaananako ennimi endala ezoogerwa mu nsi yonna, olulimi Oluganda nalwo lulina ebigambo ebikozesebwa okulaga nti nze nnina obuyinza obw'enkomeredde ku kintu oba ku muntu aba ayogerwako. Okubeera n'obuyinza buno obw'enkomeredde kye tuyita obwannannyini.

Ebimu ku bigambo ebiraga nti nze ninna obwannannyini mwe muli '**kyange**', '**kyaffe**' nga ekintu kyenjogerako kiri kimu oba '**byange**', '**byaffe**' nga ebintu bisukka mu kimu; n'ebigambo ebirala nkumu nga bwe tunaalaba mu maaso eyo, mu katabo kano.

Olw'okuba ebintu bye mba nninako obwannannyini biba bya njawulo, bwe bityo n'ebigambo ebiraga obwannannyini mu Luganda bigenda bikyuka okusinziira ku kiki kye njogerako. Okugeza, ebintu ebirina amannya agatandika ne: **Omu…, Omwa…, oba Aka…, Ake…, oba Oku…., oba Eki…., Ekya….** oba **Olu…** bigwa mu butiba bwanjawulo, era kino kitegeeza nti bwemba mbyogerako nnina kukozesa bigambo bya njawulo nga ndaaga obwannannyini. Eky'okulabirako, **omutwe gwange, omwana wange, akambe kange, ekika kyange**……

N'olw'ekyo akatabo kano kawandiikiddwa okwanguyiza omuyizi w'olulimi Oluganda okutegeera amangu kigambo ki kyalina okukosesa okulaga obwannannyini bwe ng'alina ky'ayogerako. Era ebigambo bino bisengekeddwa okusinziira ku ngeri erinnya ly'ekintu ekyogerwako gye litandikamu.

INTRODUCTION

I could claim ownership of a thing, a place, an idea, or a person. This ownership comes with responsibility of use and protection of that which I claim as a possession. Some of the proverbs in Luganda that points to this responsibility are: *It is the owner of the shrine who can dishonour it; The owner of a big mushroom, eats it fresh; If the owner of the plantation complains: should the owner of the trespassing goat also complain? When the cats are away: the mice will play or when the owner of the house is away: the frogs will take control of the house; The close relative of the dead: handles their smelling corpse.*

As such, just like other languages, the Luganda language has specific words that I can use to indicate ownership (possessives) of an item or a person in question.

Where as in English I only have the word 'mine' for both singular and plural pronouns, in Luganda I have many words such as '**kyange** or '**kyaffe**' when referring to a single item I own; or '**byange**' or '**byaffe**', when referring to items I own; and many other possessives as we shall see in this exercise book.

As there are different noun classes, with varying word prefixes. there are also different possesives used for each noun category in Luganda. For example nouns that begin with **Omu…, Omwa…, or Aka…, Ake…, or Oku…., or Eki…., Ekya….** or **Olu…** all have different possesives. For example, **omutwe gwange, omwana wange, akambe kange, ekika kyange…..**

This book has therefore been written to help a Luganda learner identify which possessive should be used with each noun classes. These possessives have been organised according to noun prefixes.

Singular - Omu n'Ekimu
I and my single noun

Gwange - Omuyembe - Gumu
Omuyembe gwange guba gumu

Kyange - Ekikopo - Kimu
Ekikopo kyange kiba kimu

Kange - Akambe - Kamu
Akambe kange kaba kamu

Kwange - Okugulu - Kumu
Okugulu kwange kuba kumu

Lwange - Olugoye - Lumu
Olugoye lwange luba lumu

Lyange - Eppaapaali - Limu
Eppaapaali lyange liba limu

Yange - Enkoko - Emu
Enkoko yange eba emu

Wange - Omuntu - Omu
Omuntu wange aba omu

Consider verb nouns: obwesigwa, obumalirivu okwenyumiriza, okutambula, omukwano, akajanja, endowooza olugezigezi, essuubi, ekisa

Singular - Ekimu
This - Ekimu

Demonstrative '**this**', is translated into Luganda using different words depending on the noun prefix. The possessive pronoun will also follow the same rule and end in 'nge'

Guno - **Omu**yembe - **Gwa**nge

This - mango - is mine

Kino - **Eki**kopo - **Kya**nge

This - cup - is mine

Kano - **Aka**mbe - **Ka**nge

This - knife - is mine

Kuno - **Oku**gulu - **Kwa**nge

This - leg - is mine

Luno - **Olu**goye - **Lwa**nge

This - cloth - is mine

Lino - **Eppaa**paali - **Lya**nge

This - pawpal - is mine

Eno - **Enko**ko - **Ya**nge

This - chicken - is mine

Ono - **Omu**ntu - **Wa**nge

This - person - is mine

Singular - Ekimu
That - Ekimu

Demonstrative '**that**', is translated into Luganda using different words depending on the noun prefix. The possessive pronoun will also follow the same rule and end in 'nge'

'**That**' changes depending on whether the noun is **near** or far

Ogwo - Guli - **Omu**yembe - **Gwa**nge

That - mango - is mine

Ekyo - Kiri - **Eki**kopo - **Kya**nge

That - cup - mine

Ako - Kali - **Aka**mbe - **Ka**nge

That - knife - is mine

Okwo - Kuli - **Oku**gulu - **Kwa**nge

That - leg - is mine

Olwo - Luli - **Olu**goye - **Lwa**nge

That - cloth - is mine

Eryo - Liri - **Eppa**apaali - **Lya**nge

That - pawpaw - is mine

Eyo - Eri - **Enko**ko - **Ya**nge

That - chicken - is mine

Oyo - Oli - **Omu**ntu - **Wa**nge

That - person - is mine

Mine - Gwange - Ogumu

Nouns beginning with:

Omu, Omwa, Omwe, Omwo

Omutwe

Omweso

Omwalo

Omuddo

Mutunda

Omusota

Omusana

Omwezi

Verb nouns: Omugaso, Omutawaana, Omutwalo, Omuzannyo

Omuddo gw'ani? Omuddo gwange.

---

1. Match the words with their images
2. Make phrases using the above nouns and objects adding their size, location or condition of the noun:

    Omuddo gwange ogwo muwanvu.

    Omuddo gwange guli mu ttale.

    Omuddo gwange guno gukuze nnyo.

Mine - Kange - Akamu

Nouns beginning with:

Aka, Ake

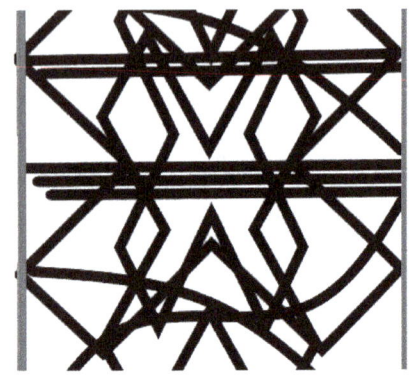

Akalevu

Akaggo

Akambe

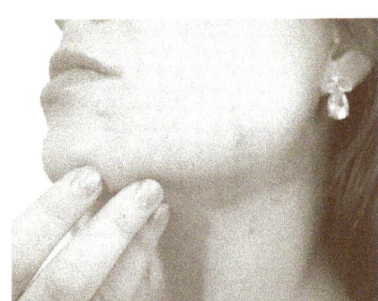

Akatimba

Akatambaala

Akawale

Akajiiko

Verb nouns: Akajanja, akalogojjo, akatinko

Akawale k'ani? Akawale kange.

---

1. Match the words with their images
2. Make phrases using the above nouns and objects adding their size, location or condition of the noun :

   Akawale kange katono.

   Akawale kange ssikalaba.

   Akawale kange kaddugadde.

Mine - Kwange - Okumu

Nouns beginning with:

Oku,

Okugulu

Okutu

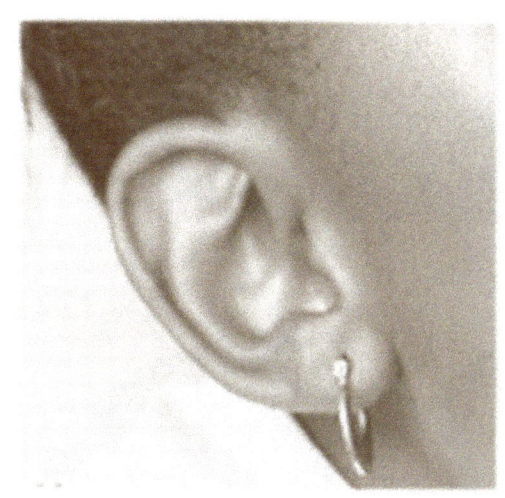

Verb nouns: Okusoma, Okulima, Okuwasa, Okutambula

Okugulu kw'ani? Okugulu kwange.

---

1. Match the words with their images
2. Make phrases using the above nouns and objects adding their size, location or condition of the noun:

   Erinnyo lyange lino ddene.

   Erinnyo lyange liri mu kikopo kyange.

   Erinnyo lyange eririmu ekituli linnuma.

Mine - Kyange - Ekimu

Nouns beginning with:

Eki, Ekya, Ekye, Ekyo

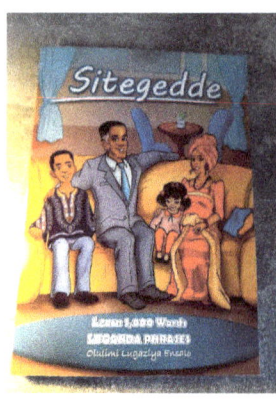

Ekitabo
Ekibala
Ekiteeteeyi
Ekikopo
Ekirabo
Ekyambalo
Ekyennyanja
Ekyokunywa
Ekyokwambala
Ekyokulya

Verb nouns: ekyejo, ekibejjagalo, ekifuba

Ekikopo ky'ani? Ekikopo kyange.

---

1. Match the words with their images
2. Make phrases using the above nouns and objects adding their size, location or condition of the noun:

    Ekikopo kyange kinene.

    Ekikopo kyange kiri mu kabada.

    Ekikopo kyange kyatise.

Mine - Lwange - Olumu

Nouns beginning with:

Olu, Olwa, Olwe,

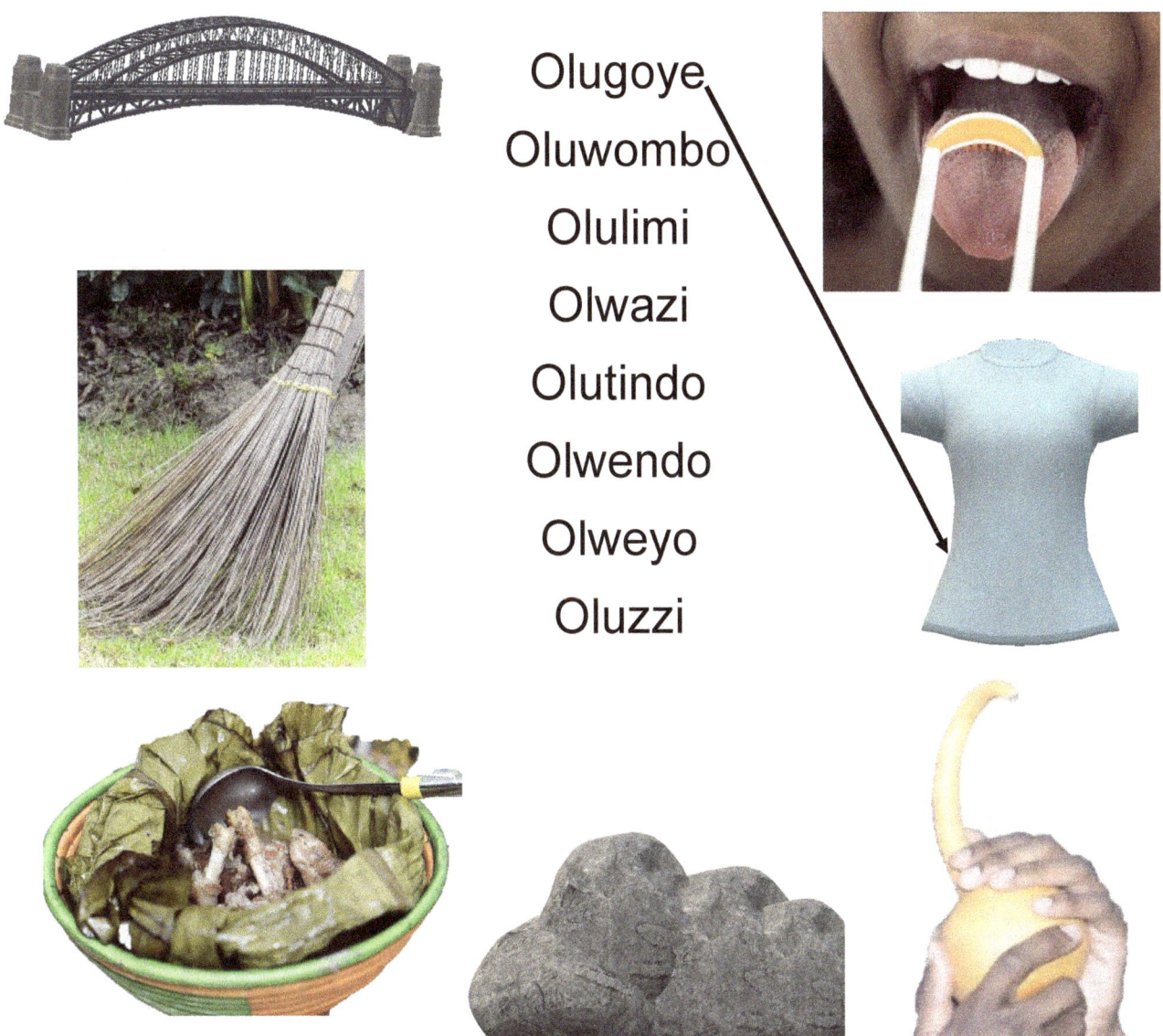

Olugoye
Oluwombo
Olulimi
Olwazi
Olutindo
Olwendo
Olweyo
Oluzzi

Olugoye luno lw'ani? Olugoye luno lwange.

1. Match the words with their images
2. Make phrases using the above nouns and objects adding their size, location or condition of the noun:

    Olwazi lwange luno lugumu.

    Olwanzi lwange luli ku kasozi Lwanga.

    Olwazi lwange lwayatiseemu wakati.

Mine - Lyange - Erimu

Nouns beginning with:

Eri, Erya, Erye, Eppaa, Eppee, Ejji, Ejje, Ekko
Edda, Eddi, Eddo, Eddu, Eddwa, Esso, Eggwa

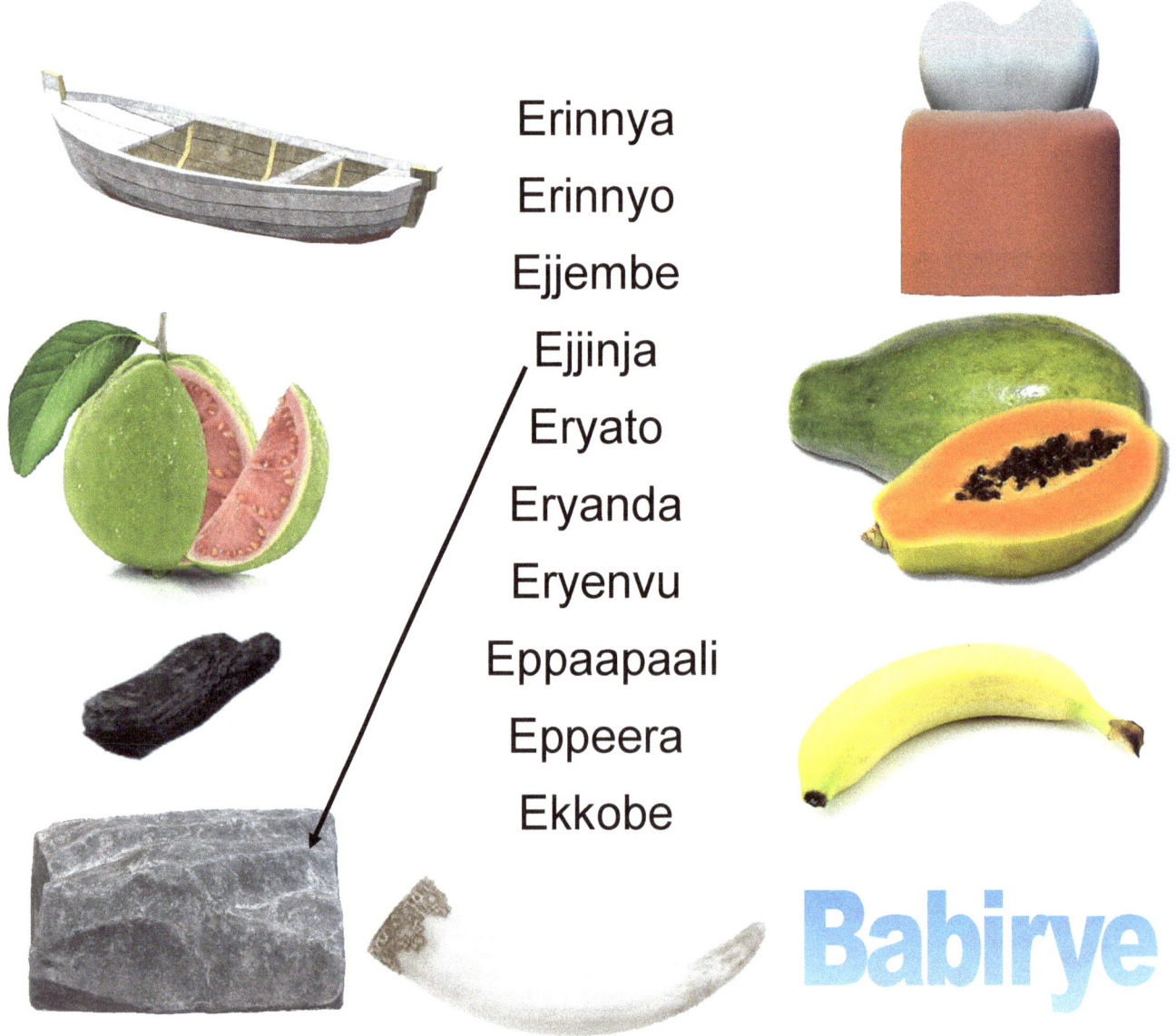

Erinnya
Erinnyo
Ejjembe
Ejjinja
Eryato
Eryanda
Eryenvu
Eppaapaali
Eppeera
Ekkobe

Ejjinja ly'ani? Ejjinja lyange.

---

1. Match the words with their images
2. Make phrases using the above nouns and objects adding their size, location or condition of the noun:

    Ejjinja lyange lino ttono.

    Ejjinja lyange liri mu nnyumba.

    Ejjinja lyange lyatise.

Mine - Yange - Emu

Nouns beginning with:

Emba, Embo, Endi, Enga, Enka, Enko, Enta, Ento, Enso

Embaata
Emboga
Endiga
Endongo
Engatto
Enkata
Enkoko
Entamu
Emmere
Entongooli
Empummumpu

Enkoko y'ani? Enkoko yange.

---

1. Match the words with their images
2. Make phrases using the above nouns and objects adding their size, location or condition of the :

    Enkoko yange eno egezze nnyo.

    Enkoko yange eri mu nnimiro.

    Enkoko yange ebiise ejji limu lyokka.

Mine - Yange - Emu

Nouns beginning with:

Emma, Emmwa, Enjo, Ensu, Ejja, Essaa, Empa, Ekka, Ennyu, Ennyo, Era

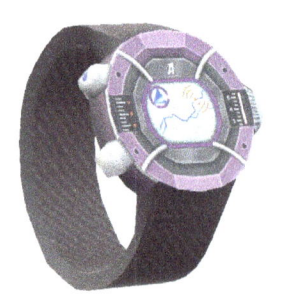

Erangi
Emmamba
Emmwanyi
Enjovu
Ensuwa
Ensujju
Essaawa
Empale
Ekkalaamu
Ennyongeza
Ennyonyi

Empale ya ani? Empale yange

---

1. Match the words with their images
2. Make phrases using the above nouns and objects adding their size, location or condition of the noun :

   Empale yange mpanvu.

   Empale yange eri mu kabada.

   Empale yange eyulise.

Mine - Wange - Omu

Nouns relating to people's profession, relationships religion, tribes, nations and nouns beginning with caa, ccu

Omusomesa
Taata
Maama
Omwana
Jjajja
Kojja
Ssenga
Omwami
Omukyala
Omugole
Kizibwe
Caayi

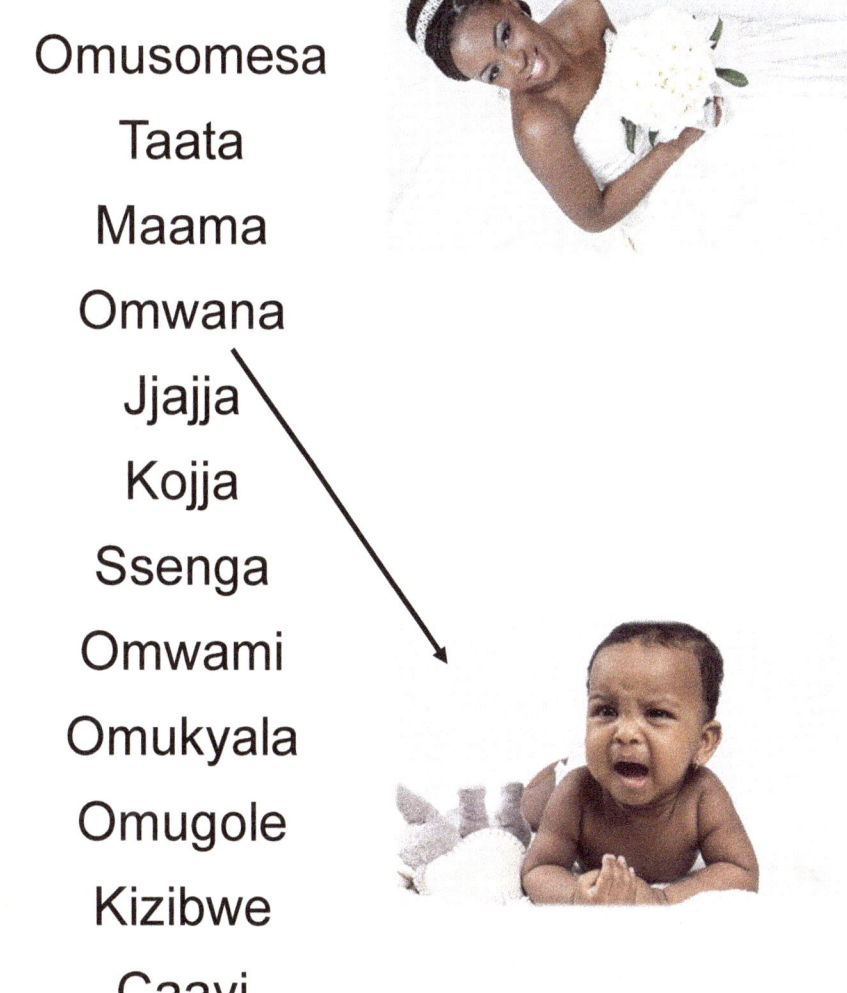

Omwana w'ani? Omwana wange.

---

1. Match the words with their images
2. Make phrases using the above nouns and objects adding their size, location or condition of the :

   Omwana wange mutono.

   Omwana wange ali mu buliri.

   Omwana wange yeebase.

Practice - Okwegezaamu (Singular)
I and my single noun

Jjuzaamu ebigambo ebibulamu (........),
nga obijja mu bigambo ebiri wansi w'olukoloboze.

1) Nnalina ekikopo ...., nga kirimu .... kange, ne nkissa ku mmeeza .... Naye olugoye .... nnaluwa .... wange, naampaamu sente .... emu, ngende ku dduuka ...., ngule .... gwange ogulimu ebibala.

2) Nnamenya okugulu ...., ne nkwata akambe ...., nsaleesale omuyembe ...., ngusse mu kikompe ...., nteekeko sukaali ...., ngattemu n'eryenvu ...., mpite mukwano .... wamu ne maama ...., bannyige okugulu .... kuwone.

3) Mbadde nvuga .... yange, ne nsanga .... wange nga yeetumye .... lyange, nga ayambadde .... lwange. Abadde asotta .... kange nga aweese .... wange, nga ate alya .... kyange; ne mmeketa .... gwange gwonna!!

4) Nze ntuula ku mukeeka gwange nga ndya ekikajjo .... Naye ate caayi .... munyweera mu kikopo kyange; ate obuugi bwange mbunywera mu gubakuli gwange. Bwendya omuceere gwange, nguteeka ku lusowaani ...., ate ejjuuni .... ndissa ku lulagala .... Ettooke ndibeza kawuuwo .... nga ndya ekimere kyange. Naye bwemba ndya engege ku ssowaani ...., okutu .... tekuwulira maama wange.

Use the below possessives or nouns to fill in the missing words.

---

erinnya, wange, lwange, emmotoka, kyange, wange, muganda, kange, olugoye, kwange, akagaali, yange, lwange, omugaati, lyange, okwange omuyembe, yange, lwange, akajiiko, kwange, omusawo, gwange, kyange, yange, lyange, gwange, wange, lyange, kange

Plural - Omu n'Ebingi
I and my plural nouns
Owning many nouns

Gyange - Emiyembe - Emingi
Emiyembe gyange giba mingi

Bwange - Obuwale - Obungi
Obuwale bwange buba bungi

Gange - Amannyo - Amangi
Amannyo gange gaba mangi

Byange - Ebikopo - Ebingi
Ebikopo byange biba bingi

Zange - enkoko - Ennyingi
Enkoko zange ziba nnyingi

Bange - Abantu - Abangi
Abantu bange baba bangi

Consider verb nouns Obwesigwa, obumalirivu okwenyumiriza, Okutambula, Omukwano, akajanja, endowooza olugezigezi, essuubi, ekisa

Plural - Ebingi
These - Bino

Demonstrative '**these**', is translated into Luganda using different words depending on the noun prefix.
The possessive pronoun will also follow the same rule and end in 'nge'.

'Gino - **Em**iyembe - **Gya**nge

These - mangoes - are mine

Bino - **Ebi**kopo - **Bya**nge

These - cups - are mine

Buno - **Obwa**mbe - **Bwa**nge

These - knives - are mine

Gano - **Ama**gulu - **Ga**nge

These - legs - are mine

Zino - **Engo**ye - **Za**nge

These - clothes - are mine

Gano - **Ama**paapaali - **Ga**nge

These - pawpaws - are mine

Zino - **Enko**ko - **Za**nge

These - chickens - are mine

Bano - **Aba**ntu - **Ba**nge

These - people - are mine

Plural - Ebingi
Those - Ebyo

Demonstrative '**those**', is translated into Luganda using different words depending on the noun prefix. The possessive pronoun will also follow the same rule and end in 'nge'

Those' changes depending on whether the noun is **near** or far.

Egyo - Giri - **Emi**yembe - **Gya**nge

Those - mangoes - are mine

Ebyo - Biri - **Ebi**kopo - **Bya**nge

Those - cups - are mine

Obwo - Buli - **Obwa**mbe - **Bwa**nge

Those - knives - are mine

Ago - Gali - **Ama**gulu - **Ga**nge

Those - legs - are mine

Ezo - Ziri - **Engo**ye - **Za**nge

Those - clothes - are mine

Ago - Gali - **Ama**paapaali - **Ga**nge

Those - pawpaws - are mine

Ezo - Ziri - **Enko**ko - **Za**nge

Those - chickens - are mine

Abo - Bali - **Omu**ntu - **Ba**nge

Those - people - are mine

Mine - Gyange - Emingi

Nouns beginning with:

Emi, Emya, Emye,

Emitwe

Emyeso

Emyalo

Emiyembe

Emisota

Emyezi

Emiyembe gy'ani? Emiyembe gyange

1. Match the words with their images
2. Make phrases using the above nouns and objects adding their size, location or condition of the noun:

    Emiyembe gyange miwanvu.

    Emiyembe gyange giri mu ttale.

    Emiyembe gyange gikuze nnyo.

Mine - Bwange - Obungi

Nouns beginning with:
Obu, Obwa, Obwe, Obwo

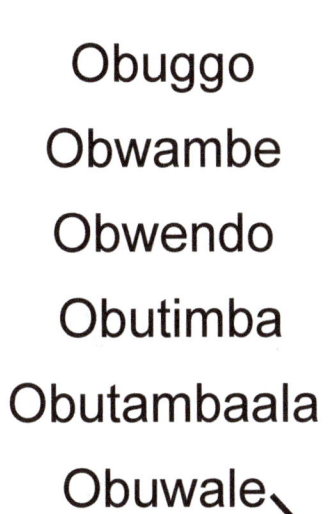

Obulevu
Obuggo
Obwambe
Obwendo
Obutimba
Obutambaala
Obuwale
Obujiiko
Obwongo

Obuwale bw'ani? Obuwale bwange.

---

1. Match the words with their images
2. Make phrases using the above nouns and objects adding their size, location or condition of the noun:

    Obuwale bwange butono.

    Obuwale bwange ssibulaba.

    Obuwale bwange buddugadde.

Mine - Gange - Amangi

Nouns and activites (verbs that are nouns) beginning with:

Ama, Ame

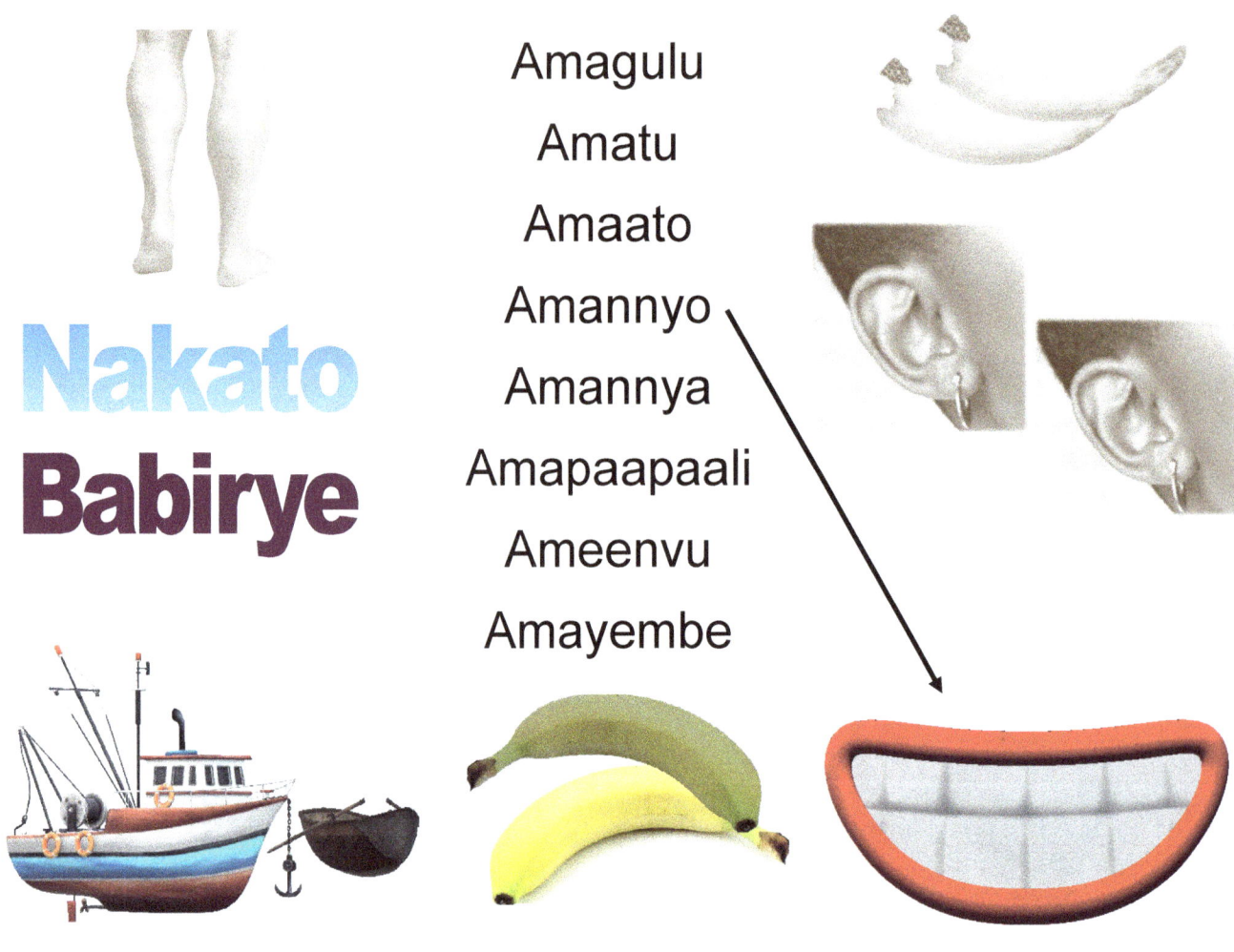

Amagulu
Amatu
Amaato
Amannyo
Amannya
Amapaapaali
Ameenvu
Amayembe

Amannyo g'ani? Amannyo gange.

---

1. Match the words with their images
2. Make phrases using the above nouns and objects adding their size, location or condition of the noun:

    Amannyo gange abiri manene.

    Amannyo gange gali mu kamwa kange.

    Amannyo gange agalimu ebiituli gannuma.

Mine - Byange - Ebingi

Nouns beginning with:

Ebi, Ebya, Ebye, Ebyo

Ebitabo

Ebibala

Ebiteeteeyi

Ebikopo

Ebirabo

Ebyambalo

Ebyennyanja

Ebyokunywa

Ebyokwambala

Ebyokulya

Ebikopo by'ani? Ebikopo byange.

1. Match the words with their images
2. Make phrases using the above nouns and objects adding their size, location or condition of the noun:

    Ebikopo byange ebibiri biri ludda wa?

    Ebikopo byange biri mu kabada.

    Ebikopo byange byatise.

Mine - Zange - Ennyingi

nouns begiing with:

Engo, Enti, Enje, Enzi, Ende, Endo

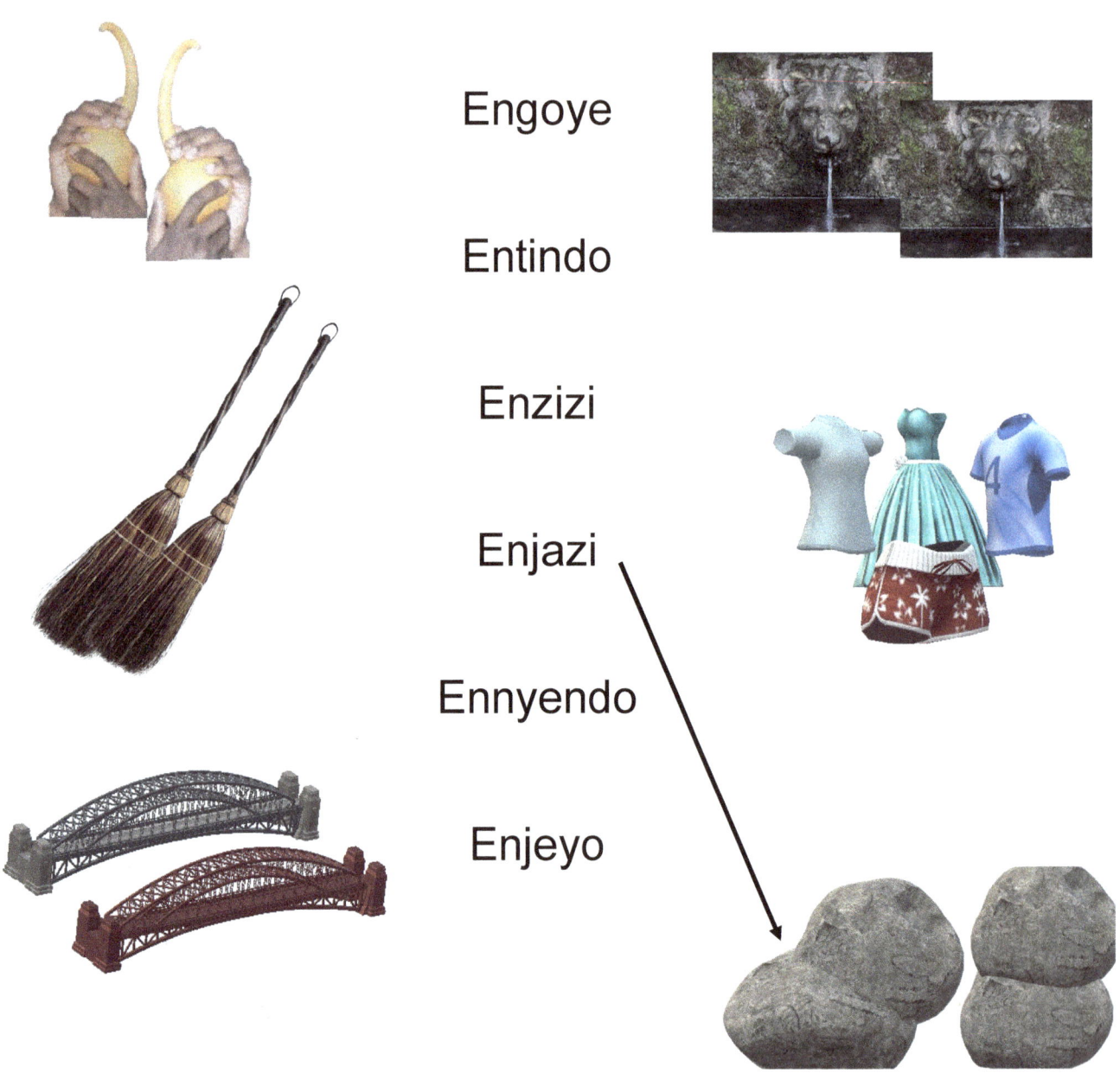

Engoye

Entindo

Enzizi

Enjazi

Ennyendo

Enjeyo

Enjazi z'ani? Enjazi zange.

---

1. Match the words with their images
2. Make phrases using the above nouns and objects adding their size, location or condition of the noun:

    Enjazi zange zino ngumu.

    Enjazi zange ziri ku kasozi Lwanga.

    Enjazi zange zaayatiseemu wakati.

Mine - Zange - Ennyingi

Stem prefixes don't change for nous beginning with:
Emba, Embo, Endi, Enga, Enka, Enko, Enta, Ento, Enso

Embaata
Emboga
Endiga
Endongo
Engatto
Enkata
Enkoko
Entamu
Empombo
Ensogasoga
Empummumpu

Enkoko z'ani? Enkoko zange.

---

1. Match the words with their images
2. Make phrases using the above nouns and objects adding their size, location or condition of the :

   Enkoko zange zino zigezze nnyo.

   Enkoko zange ziri mu nnimiro.

   Enkoko zange zbiise amaji abiri gokka.

Mine - Zange - Ennyingi

Stem prefixes don't change for nous beginning with:
Emma, Emmwa, Enjo, Ensu, Ejja, Essaa, Empa, Ekka, Ennyu, Ennyo

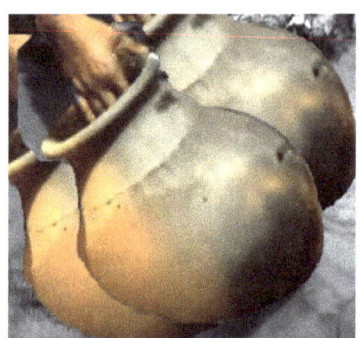
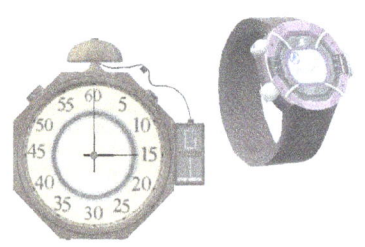

Emmamba
Emmwanyi
Enjovu
Ensuwa
Ensujju
Essaawa
Empale
Ekkalaamu
Ennyongeza
Ennyonyi

Empale z'ani? Empale zange.

---

1. Match the words with their images
2. Make phrases using the above nouns and objects adding their size, location or condition of the noun :

    Empale zange zonna mpanvu.
    Empale zange ziri mu kabada yaazo.
    Empale zange zonna ziyulise/njulifu.

Mine - Bange - Abangi

Nouns relating to people's profession and relationships, religion, tribes, nations:

Abaana

Abantu

Abalangira

Abambejja

Abaganda, Abanyoro, Abakiga, Abatooro

Abasomesa

Abaami

Abakyala

Abagole

Ba taata

Ba maama

Ba jjajja

Ba kojja

Ba ssenga

Ba kizibwe

---

1. Match the words with their images
2. Make phrases using the above nouns and objects adding their size, location or condition of the noun :

    Abaana bange abasatu *batono nnyo.*

    Abaana bange bali mu buliri bwabwe.

    Abaana bange beebase.

Practice - Okwegezaamu (Plural)

I and my nouns

Jjuzaamu ebigambo ebibulamu (........),
nga obijja mu bigambo ebiri wansi w'olukoloboze.

1) Nnalina ebikopo ...., nga birimu .... bwange, ne mbissa ku mmeeza .... Naye engoye .... nnaziwa .... bange, ne bampaamu sente .... ssatu, ngende ku madduuka ...., ngule .... gyange egirimu ebibala byange.

2) Nnamenya amagulu ...., ne nkwata obwambe ...., nsaleesale emiyembe ...., ngisse mu bikompe ...., nteekeko sukaali ...., ngattemu n'amenvu ...., mpite mikwano .... wamu ne ba maama ...., bannyige amagulu .... gawone.

3) Mbadde nvuga .... zange, ne nsanga .... bange nga beetumye .... gange, nga baambadde .... zange. Babadde basotta .... bwange. nga baweese .... bange, nga ate balya .... byange; ne mmeketa ....
gyange gyonna!!

4) Nze ne mikwano .... tutuula ku mikeeka gyange nga tulya ebikajjo .... Naye ate caayi .... tumunywera mu bikopo byange; obuugi bwange tubunywera mu gabakuli gange. Bwe tulya omuceere, tuliira ku ssowaani ...., ate amayuuni .... ngaliira ku ndagala .... Amatooke ngabeza buwuuwo .... nga ndya ebimere byange. Naye bwemba ndya engege ku ssowaani ...., amatu .... tegawulira bamaama bange.

Use the below possessives or nouns to fill in the missing words.

bange, emmotoka, byange, baganda, amannya, bwange, engoye, obugaali, emigaati, gange, emiyembe, zange, obujiiko, abasawo, gyange, ebikajjo,

Plural - Abangi (Ffe) n'Ekimu
Us and our singular noun
One noun belonging to many people including me

Gwaffe - Omuyembe

Omuyembe gwaffe guba/guli gumu

Kyaffe - Ekikopo

Ekikopo kyaffe kiba/kiri kimu

Kaffe - Akambe

Akambe kaffe kaba/kali kamu

Kwaffe - Okugulu

Okugulu kwaffe kuba/kuli kumu

Lwaffe - Olugoye

Olugoye lwaffe luba/luli lumu

Lyaffe - Eppaapaali

Eppaapaali lyaffe liba/liri limu

Yaffe - Enkoko

Enkoko yaffe eba/eri emu

Waffe - Omuntu

Omuntu waffe aba/ali omu

Plural - Abangi (Ffe) n'Ebingi
Us and our plural nouns
Many nouns belonging to many people including me

Gyaffe - Emiyembe

Emiyembe gyaffe giba mingi

Byaffe - Ebikopo

Ebikopo byaffe biba bingi

Bwaffe - Obwambe

Obwambe bwaffe buba bungi

Gaffe - Amagulu

Amagulu gaffe gaba mangi

Zaffe - Engoye

Engoye zaffe ziba nnyingi

Gaffe - Amapaapaali

Amapaapaali gaffe gaba mangi

Zaffe - Enkoko

Enkoko zaffe ziba nyingi

Baffe - Abantu

Abantu baffe baba bangi

---

1. Match the words with their images
2. Make phrases using the above nouns and objects adding their size, location or condition of the noun :

    Emiyembe gyaffe mitono nnyo.

    Ebikopo byaffe biri ludda wa?.

    Engoye zaffe ziyulise.

Practice - Okwegezaamu (Plural)

Us and our nouns

Jjuzaamu ebigambo ebibulamu (……..),
nga obijja mu bigambo ebiri wansi w'olukoloboze.

1) Twalina ebikopo ………, nga birimu ……… bwaffe, ne tubissa ku mmeeza ……… …….. Naye engoye ……… twaziwa ……… baffe, ne batuwaamu sente ……… ssatu, tugende ku madduuka ………, tugule ……… gyaffe tugirye.

2) Twamenya amagulu ………, ne tukwata obwambe ………, tusaleesale emiyembe ………, tugisse mu bikompe ………, tuteekeko sukaali ………, tugattemu n'amenvu ………, tuyite mikwano ……… wamu ne bamaama ………, bannyige amagulu ………. gawone.

3) Tubadde tuvuga ………. zaffe, ne tusanga ………. baffe nga beetumye ………. gaffe, nga baambadde ………. zaffe. Babadde basotta ………. bwaffe. nga baweese ………. baffe, nga ate balya ………. byaffe; ne tumeketa ………… gyaffe gyonna!!

4) Ffe ne mikwano ………. tutuula ku mikeeka gyaffe nga tulya ebikajjo ………… Naye ate caayi ………. tumunywera mu bikopo byaffe; obuugi bwaffe tubunywera mu gabakuli gaffe. Bwe tulya omuceere, tuguliira ku ssowaani …………, ate amayuni ………. tugassa ku ndagala ……… Amatooke tugabeza buwuuwo ………. nga tulya ebimere byaffe. Naye bwe tuba tulya engege ku ssowaani …………, amatu …………. tegawulira bamaama baffe.

Use the below possessives or nouns to fill in the missing words.

baffe, emmotoka, byaffe, baganda, amannya, bwaffe, engoye, gaffe, obugaali, zaffe, bwaffe, emigaati, zaffe, gaffe, byaffe, waffe, emiyembe, gyaffe, baffe, gaffe. obujiiko, abasawo, gyaffe, ebikajjo, zaffe, byaffe, gaffe, waffe, gyaffe, zaffe, gaffe, zaffe, gaffe

Ebitundu by'omubiri gwange

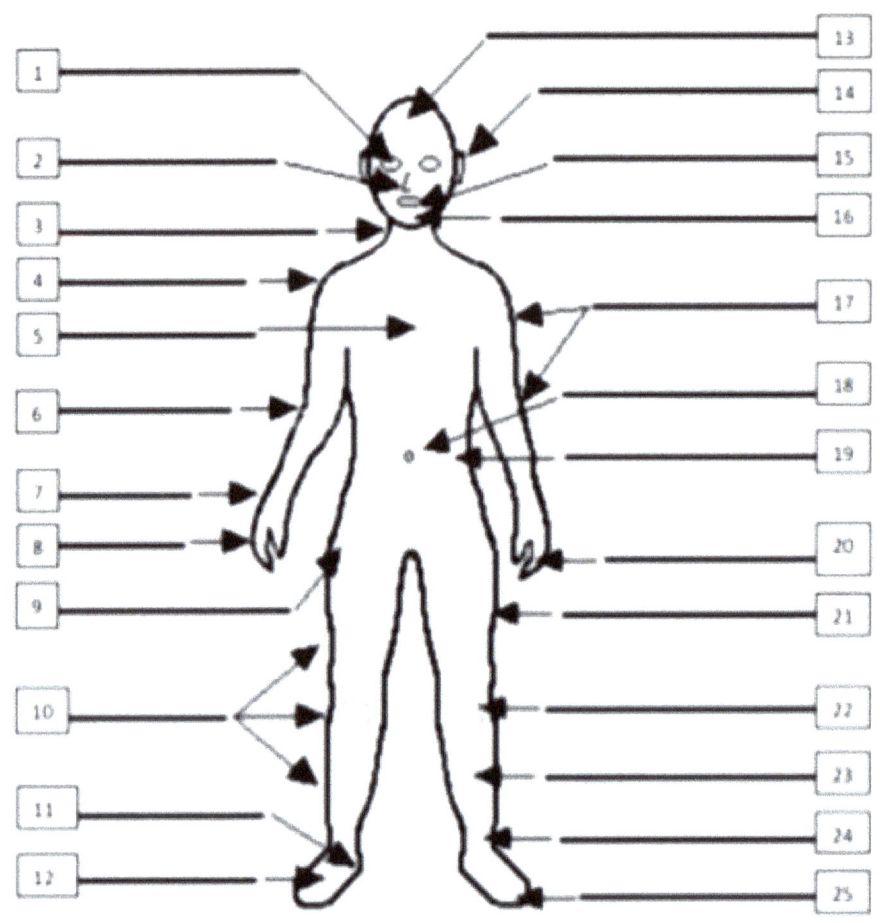

Insert the correct possesives against each body part (singular)				
Body Part	Possessive	Body Part	Possessive
1. Eriiso		13. Ekyenyi	
2. Ennyindo		14. Okutu	
3. Obulago		15. Omumwa	
3. Ensingo		15. Akamwa	
4. Ekibegabega		16. Akalevu	
5. Ekifuba		17. Omukono	
6. Akakokola		18. Ekkundi	
6. Olukokola		19. Olubuto	
7. Ekiseke		20. Engalo	
8. Ekibatu		21. Ekisambi	
9. Ekisambi		22. Evviivi	
10. Okugulu		23. Olulundulirunduli	
11. Ekisinziiro		24. Oluteega	
12. Ekigere		25. Akagere	

Ebitundu by'omubiri gwange

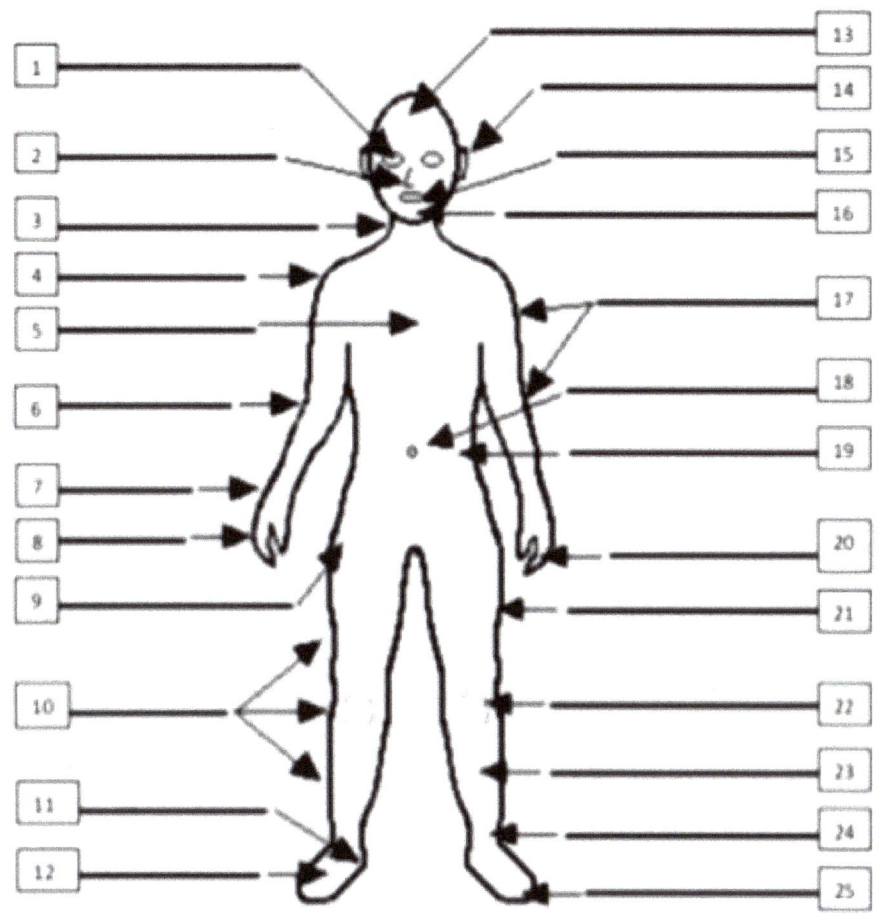

Insert the correct possesives against each body part (plural)			
Body Part	**Possessive**	**Body Part**	**Possessive**
1 Amaaso		13 Ebyenyi	
2 Ennyindo		14 Amatu	
3 Obulago		15 Emimwa	
3 Ensingo		15 Obumwa	
4 Ebibegabega		16 Obulevu	
5 Ebifuba		17 Emikono	
6 Obukokola		18 Amakundi	
6 Enkokola		19 Embuto	
7 Ebiseke		20 Engalo	
8 Ebibatu		21 Ebisambi	
9 Ebisambi		22 Amavviivi	
10 Amagulu		23 Ennundulirunduli	
11 Ebisinziiro		24 Enteega	
12 Ebigere		25 Obugere	

Possessives Reference Tables

Noun (singular)	Nze I *Mine*	Ggwe You *Yours*	Yye He/She *His/Hers*	Kyo It *Its*	Ffe Us *Ours*	Mmwe You *Yours*	Bbo Them *Theirs*	Bbyo Them *Theirs*
Enkoko	yange	yiyo	yiye	yaakyo	yaffe	yammwe	yaabwe	yaabyo
Akambe	kange	kako	kake	kaakyo	kaffe	kammwe	kaabwe	kaabyo
Ekikopo	kyange	kikyo	kikye	kyakyo	kyaffe	kyammwe	kyabwe	kyabyo
Omuti	gwange	gugwo	gugwe	gwakyo	gwaffe	gwammwe	gwabwe	gwabyo
Okutu	kwange	kukwo	kukwe	kwakyo	kwaffe	kwammwe	kwabwe	kwabyo
Olugoye	lwange	lulwo	lulwe	lwakyo	lwaffe	lwammwe	lwabwe	lwabyo
Erinnya	lyange	liryo	lirye	lyakyo	lyaffe	lyammwe	lyabwe	lyabyo
Omuntu	wange	wuwo	wuwe	waakyo	waffe	wammwe	waabwe	waabyo

Noun (Plural)	Nze I *Mine*	Ggwe You *Yours*	Yye He/She *His/Hers*	Kyo It *Its*	Ffe We *Ours*	Mmwe You *Yours*	Bbo Them *Theirs*	Bbyo Them *Theirs*
Enkoko	zange	zizo	zize	zaakyo	zaffe	zammwe	zaabwe	zaabyo
Obwambe	bwange	bubwo	bubwe	bwakyo	bwaffe	bwammwe	bwabwe	bwabyo
Ebikopo	byange	bibyo	bibye	byakyo	byaffe	byammwe	byabwe	byabyo
Emiti	gyange	gyigyo	gyigye	gyakyo	gyaffe	gyammwe	gyabwe	gyabyo
Amatu	gange	gago	gage	gaakyo	gaffe	gammwe	gaabwe	gaabyo
Engoye	zange	zizo	zize	zaakyo	zaffe	zammwe	zaabwe	zaabyo
Amannya	gange	gago	gage	gaakyo	gaffe	gammwe	gaabwe	gaabyo
Abantu	bange	babo	babe	baakyo	baffe	bammwe	baabwe	baabyo

Sizes Reference

Noun	tono	nene	mpi	wanvu	ngazi	zito
	Small	Big	Short	Tall	Wide	heavy
Empale	ntono	nnene	nnyimpi	mpanvu	ngazi	nzito
Akambe	katono	kanene	kampi	kawanvu	kagazi	kazito
Ekikopo	kitono	kinene	kimpi	kiwanvu	kigazi	kizito
Omuti	mutono	munene	mumpi	muwanvu	mugazi	muzito
Okugulu	kutono	kunene	kumpi	kuwanvu	kugazi	kuzito
Olugoye	lutono	lunene	lumpi	luwanvu	lugazi	luzito
Eryato	ttono	ddene	limpi	liwanvu	ligazi	lizito

Please note: nouns that belong to the singlular possesive 'Lyange' and begin with the below prefixes don't follow the small and big size rule:

Small and large sizes Eri, Erya, Erye, Eppaa, Eppee, Ejji, Ejje, Edda, Eddi, Eddo, Eddu; For example edduula lyange ddene, not edduuka lyange linene.

For plural nouns follow the plural possessive prefixes. For example Obwambe butono, Ebikopo bitono….

Nouns and Numbers and Reference

Noun (singular)	1 emu	2 bbiri	3 ssatu	4 nnya	5 ttaano	6 mukaaga	7 musanvu	8 munaana	9 mwenda	10 kkumi
Enkoko	emu	bbiri	ssatu	nnya	ttaano	mukaaga	musanvu	munaana	mwenda	kkumi
Akambe	kamu	bubri	busatu	buna	butaano	mukaaga	musanvu	munaana	mwenda	kkumi
Ekikopo	kimu	bibiri	bisatu	bina	bitaano	mukaaga	musanvu	munaana	mwenda	kkumi
Omuti	gumu	ebiri	esatu	ena	etaano	mukaaga	musanvu	munaana	mwenda	kkumi
Okutu	kumu	abiri	asatu	ana	ataano	mukaaga	musanvu	munaana	mwenda	kkumi
Olugoye	lumu	bbiri	ssatu	nnya	ttaano	mukaaga	musanvu	munaana	mwenda	kkumi
Erinnya	limu	abiri	asatu	ana	ataano	mukaaga	musanvu	munaana	mwenda	kkumi
Omuntu	omu	babiri	basatu	bana	bataano	mukaaga	musanvu	munaana	mwenda	kkumi

ISBN: 978-1-8383192-4-3